Milet Publishing
Smallfields Cottage, Cox Green
Rudgwick, Horsham, West Sussex
RH12 3DE England
info@milet.com
www.milet.com
www.milet.co.uk

First English–Vietnamese edition published by Milet Publishing in 2013

Copyright © Milet Publishing, 2013

ISBN 978 1 84059 819 3

Original Turkish text written by Erdem Seçmen
Translated to English by Alvin Parmar and adapted by Milet

Illustrated by Chris Dittopoulos
Designed by Christangelos Seferiadis

Printed and bound in Turkey by Metro Basım Hiz. A.Ş., March 2023

My Bilingual Book

Smell
Ngửi

English–Vietnamese

How do you smell a garden of flowers?

Bạn ngửi mùi hoa trong vườn bằng cách nào?

Or the fresh air after rain showers?

Hay không khí trong lành sau cơn mưa rào?

Smell is one of our senses, as you know.

Ngửi là một trong các giác quan của chúng ta, như bạn biết đó.

It's the reason you have a nose!

Nó là lý do bạn có mũi!

Like hearing, sight, taste, and touch,

Giống như nghe, nhìn, nếm, và sờ,

your sense of smell tells you so much.

khứu giác của bạn cho bạn biết nhiều thứ.

It helps you decide what you like to eat,

Nó giúp bạn quyết định mình thích ăn gì,

and animals you don't want to meet!

và bạn không muốn gặp những con vật gì!

Your nose is your detective for finding cakes.

Mũi của bạn là thứ để bạn tìm bánh ngọt.

It will track down goodies, whatever it takes!

Nó sẽ tìm những mùi ngon, bằng bất cứ giá nào!

Your smell sense tells you where you are,

Khứu giác của bạn cho bạn biết vị trí của bạn,

in a forest, by the sea, or in a city full of cars!

trong một khu rừng, bên bờ biển, hay trong thành phố đầy xe cộ!

There are so many smells that we enjoy,

Chúng ta thích rất nhiều mùi,

like soap and bread and our best cuddly toy!

như xà phòng và bánh mì và đồ chơi chúng ta thích nhất!

When you smell yourself and say, oh my gosh!

Khi bạn tự ngửi và nói, ôi trời!

You know it's time for a really good wash!

Bạn biết đã đến lúc đi tắm!

A cold makes your nose stuffy and red,

Và cảm lạnh khiến bạn xổ mũi và đỏ mũi,

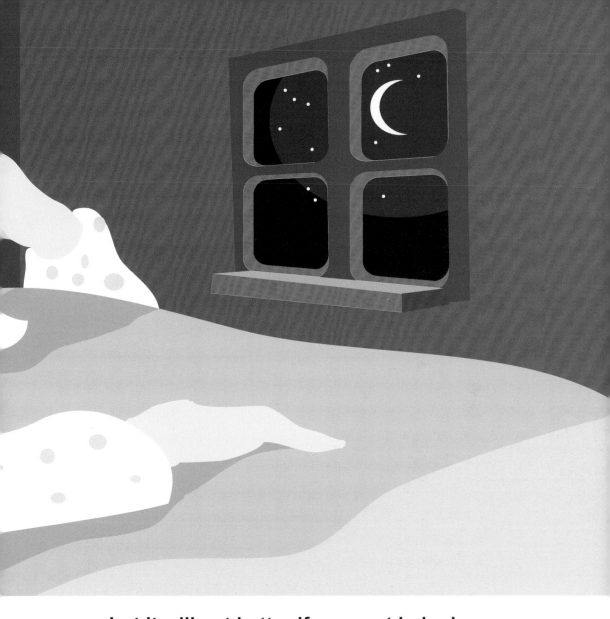

but it will get better if you rest in bed.

nhưng sẽ tốt hơn nếu bạn nghỉ ngơi.

And once you are well,

Và một khi đã khỏe,

go out and smell!

hãy ra ngoài và ngửi mọi vật!